MẸ YÊU

TẬP THƠ &TRUYỆN 1

SYLVIA HOÀ-ĐÀM NGUYỄN

USA, 2015

ISBN-13:978-0692443170
ISBN-10:0692443177
USA

Tập Thơ & Truyện 1 viết tặng Ba Mẹ kính yêu

Con

Hoà-Đàm

USA, May 2015

MẸ YÊU

Từng bước con đi bóng Mẹ hiền che chở
Ru bên con giấc mộng sáng đôi bờ
Con hạnh phúc từng ngày trong hơi thở
Gọi tên Người trong cung kính giữa vần thơ.

Con rất tự hào là con gái cuả
Ba Nguyễn Liệu
và Mẹ Ưng Thị Ảnh

Con gái của Mẹ
Nguyễn Hoà-Đàm
USA, Evergreen, May 2015

LỜI TỰA

Thơ là thông điệp từ nội tâm mà người gởi cho người hoặc từ người gởi cho thiên nhiên hoa cỏ...Thơ lột tả được tâm tư, là lời nhắn nhủ, là câu tỏ tình. Ta có thể hiểu thơ là để thay lời muốn nói.

Gần đây trên thi đàn bỗng sáng lên một vì sao, lung linh giữa đêm trường tĩnh lặng. Vì sao đó là Nữ Sĩ Hòa-Đàm, một cái tên dễ thương, nghe dường như giống tên một loài hoa nở trên đá mà 3000 năm mới nở một lần. Loài hoa này tên Ưu Đàm, mang màu trắng như tuyết, đẹp vô ngần. Hoà-Đàm còn có ý nghĩa đăc biệt là những cuộc hội đàm mong mang hoà bình đến cho thế giới.

Thơ Hòa Đàm tuy bình dị mà ngọt ngào, đẫm thấm tình yêu, tình gia đình, tình đất nước cũng như tình thiên nhiên. Thơ nàng tuy mộc mạc mà chan chứa ân tình, sáng trong như những giọt sương mai nhỏ xuống làm sống lại khô hạn. Thơ nàng như cơn gió chiều thổi vi vu làm mát rượi lòng ai đang héo úa...

Hòa Đàm đã gởi gấm về mẹ những dòng thân yêu:

Hôm nay nhớ mẹ quá chừng
Thiên nhiên muôn vẻ như ngừng bên con
Vụng về đi giữa vàng son
Câu thơ lỗi nhịp chẳng sờn tiếng yêu...

Tình mẫu tử muôn đời thiêng liêng trân quí, lời thơ Hòa Đàm gởi mẹ tuy đơn sơ nhưng chất chứa bao nhiêu yêu dấu vô bờ:

Mẹ tôi là bến bờ thương
Đôi tay ru khúc nghê thường mùa thu...

Nhớ ngày tạ từ mẹ ra đi tìm bến bờ tươi sáng, nàng viết:

Biển vẫn thét vẫn gào la sóng dậy
Hải đảo buồn chưa rạng ánh bình minh

Rồi khi đến nơi cần đến, nàng vẫn nhớ về người mẹ kính yêu:

Tôi ngồi yên lặng
Hồn lạc nơi quê
Trên vùng cỏ nắng
Ngày xưa chợt về

Ngoài mẹ, Hòa Đàm cũng thương Cha tha thiết, đau khổ tột cùng khi cha lâm trọng bịnh:

Xin dâng Ba cả nắng vàng
Thắp lên tim đó muôn ngàn lời yêu.

Rồi niềm vui cũng trở lại trong con tim tha thiết của Hòa Đàm:

Cám ơn Ba khỏe từng ngày
Đồi xưa có dấu chân say Ba về....

Và:

Cám ơn mẹ vẫn hiền hòa
Yêu con yêu cháu dáng hoa thắm tình...

Ngoài tình yêu gia đình, Hòa Đàm còn canh cánh nỗi đau buồn về quê hương. Người viễn xứ hoài mơ về quê cũ của mình;

Tôi Chợt thấy lòng đau đớn lạ
Quê hương buồn nức nở lệ nhòa xa
Nghe đâu đây côn trùng lên tiếng gọi
Tỉ tê sầu vang vọng khói trời Nam...

Và:

Quê hương xơ xác còn đâu
Lời thơ vụng dại đêm thâu lệ buồn...

Sau cùng, ngoài tình yêu gia đình và quê hương, Hòa Đàm cũng dành riêng cho mình

Một tình yêu đôi lứa, một ngọn lửa nồng nàn cháy bỏng:

Mong manh vạt nắng bên thềm
Lời êm anh vẫn đêm đêm vọng về

Và:

Tim em chan chứa u hoài
Nhớ anh tím cả trâm cài lẻ loi...

Hoặc:

Nhớ mãi anh ơi, nhớ mãi thôi
Tơ buồn giăng kín để hồn rơi
Gởi mây hờ hững trời phiêu lãng
Một khối tình si lệ ướt rồi...

Có thể nói, thơ Hòa Đàm là một đại dương sóng rào cảm xúc, thể hiện bằng những cung bậc ngọt ngào và nhẹ nhàng êm ái, thấm đẫm yêu thương.

Ước mong Hòa Đàm ngày càng tiến xa trên con đường nghệ thuật để mãi là một cánh hoa tuyệt sắc trong vườn hoa thơ phú.

Nhà Thơ Trần Đình Cầu,
London ngày 26 tháng 7 năm 2015

Hình Ba Me & Anh-Kiệt

NHẬT KÝ MẸ YÊU

(Kính gởi tặng Mẹ yêu, Ưng Thị Ảnh)

Viết cho Mẹ sao lòng con tê tái
Nước mắt lưng tròng hoang dại chẳng thành câu
Con không biết phải bắt đầu từ đâu?
Từ đâu bây giờ chẳng biết từ đâu?

Hình ảnh xưa chạy về thoáng nghẹn sầu
Hình Mẹ chìm trong chiều đông giá lạnh
Đôi tay gầy run rẩy dắt con đi
Chuyền hơi ấm Mẹ thì thầm "con có lạnh?"

Con biết từ đâu? từ đâu đây hả Mẹ?
Trong lòng con chan chứa tấm ân tình
Thổn thức một mình con nghe tim mãi gọi
Ngày xưa chạy về như sương khói tràn thơ

Con nhớ mãi trong bóng chiều bơ vơ xuống vội
Mong Mẹ về mưa gió hãy ngừng trôi
Đêm đêm đứng khóc đơn côi
Mặt buồn lệ đẫm đêm trôi đợi chờ

Từng bước con đi bóng Mẹ hiền che chở
Ru bên con giấc mộng sáng đôi bờ
Con hạnh phúc từng ngày trong hơi thở
Gọi tên Người trong cung kính giữa vần thơ

Con nhớ mãi bến chờ sân ga nhỏ
Tàn đêm hờn mưa thấm ướt bờ vai
Đứng đợi Mẹ bóng dài trong cô quạnh
Con tàu xa chưa chở Mẹ con về...

Con nhớ mãi đêm Đồng Hai hoang dại
Mẹ giữa trời cô lẻ thật bao la
Tiếng côn trùng rỉ rả hải sợ ma
Mẹ con đó dáng hoa trong mưa gió

Con nhớ mãi đêm ra đi lặng lẽ
Giả con trai chạy thẳng một đường dài
Con biết Mẹ đứng nhìn trong tan vỡ
Sợ đại dương buồn giết hại con thơ

Sài Gòn đêm đó như muốn vỡ
Con gái Mẹ hiền khờ dại vượt biên
Mẹ yêu ơi! con là con bất hiếu
Làm Mẹ hiền chết lặng đảo điên...

Nay xứ Mỹ là nơi thần tiên
Me yêu con đó vẫn hiền ru con
Hôm nay sinh nhật Mẹ hiền
Thơ con vụng dại lịm triền tình yêu

Lòng con muốn nói thật nhiều
Nhưng ôi nước mắt nghiêng thơ dại khờ
Mẹ ơi! con yêu Mẹ lắm Mẹ ơi
Mừng Sinh Nhật Mẹ, tim con tôn thờ

I love you so much Mom!
Happy Birthday Mom!!!
By: Hòa-Đàm
US, Evergreen 5/06/2015

KÍNH GỞI MẸ YÊU

(Kính gởi Mẹ yêu)

Dạ, con trẻ xin cuối đầu bất hiếu
Sinh Nhật Me hiền chỉ mấy vần thơ
Tim con rộn rã giữa cơn mơ
Mẹ ơi!, yêu quá thơ con dại khờ

Mẹ ơi!, Me đẹp tuyệt vời
Dáng kiều diễm hòa giữa lời thơ
Dang tay ôm cả giấc mơ
Con dâng lên Mẹ bến bờ thành công

Mặc dù đứng giữa trời đông
Tim con ấm lạ tình nồng Mẹ trao
Sóng đời hòa lẫn xôn xao
Đời con đẹp mãi tình vào tim xanh

Con đang tập hoạ vẽ tranh
Một con tim lớn nắng hanh dạt dào
Lời ru, ôi quá ngọt ngào
Mẹ ơi, nũng nịu con vào vòng tay

Yêu Mẹ quá đi thôi.
Trời cao, nắng đẹp trôi vào tim con.
Vụng về đi giữa vàng son
Thơ con lỗi nhịp muôn vàng tiếng yêu.

By: Hòa- Đàm
USA, 5/4/2013

Hoa quỳnh hồng trong vườn nhà Ba Me

MẸ TÔI

(Kính tặng Sinh Nhật Bác Gái, Kính chúc Bác gái hạnh phúc và trường thọ)

Tình mẹ bao la như biển rộng
Công mẹ cao cao lộng mây ngàn
Mẹ ơi con muốn tri ân
Người là thần tượng muôn lần khắc ghi

Mẹ nâng niu lúc còn thơ ấu
Mẹ xuýt xoa con lỡ té đau
Mỗi khi con ốm mẹ rầu
Suốt đêm thức trắng nguyện cầu ơn trên

Mẹ là ánh trăng trong vằng vặc
Soi đường con vững chắc thành nhân
Cúc cung gà mẹ kiếm ăn
Dang đôi cánh rộng đỡ đần đàn con

Mẹ lúc trẻ bao điều cay đắng
Vò võ nuôi con, chồng vắng – tội tù
Bể dâu trăm cuộc phù du
Vai oằn trĩu gánh, chỉnh chu một mình

Quê nghèo sắn khoai thay cơm gạo
Sấp mặt ruộng đồng đội nắng mưa
Xác xơ, đất xấu, ruộng thưa
Vá vai, giặt gấu chỉ vừa lo toan

Hạnh phúc thay trên đời còn mẹ
Các con mong mẹ mãi bình an
Cầu trời xin Phật gia ân
Mẹ tôi sống trọn trăm năm tuổi đời.

By: Nhà Thơ Trần Đình Cầu
UK, London 5/06/2013

Lời yêu đến Mẹ

Con chẳng biết làm sao để nói
Tình Mẹ bao la soi sáng trời mây
Chiều về gió thổi đâu đây
Con nghe nắng hát vui vầy tiếng thơ

Làm sao nói hết lời mơ
Lòng Mẹ thương trẻ dại khờ dấu yêu
Lời ru răn dạy đủ điều
Cho con thoát khỏi phiêu diêu mịt mờ

Làm sao viết hết lời thơ
Vẽ sao tròn trịa Người mơ vẹn đường
Mẹ tôi là bến bờ thương
Đôi tay ru khúc Nghê thường mùa thu

Nghe đâu gió gọi vi vu
Trăng soi nghiêng bóng mịt mù tìm con
Mẹ ơi tình Mẹ vàng son
Thơ con tha thiết gói tròn niềm mơ

Hôm nay" Ngày Mẹ" thật thơ
Các con dâng Mẹ bến bờ thương yêu
Mẹ cho con đã quá nhiều
Các con đáp lại bao nhiêu cho vừa.

Wishing You a Beautiful Mother's Day!
Love,
By: Hòa-Đàm
USA, 5/13/2012

Hình Me chụp trong năm 1992 trước khi vào USA 1993, hình quá đẹp

HOA HỒNG CÀI ÁO

(Kính gởi Mẹ yêu)

Mẹ ơi lệ nhỏ xuống đời
Đọng thành mực tím viết lời ngợi ca
Tình mẹ biển cả bao la
Suốt đời dõi bước hải hà của con

Đừng gây cho mẹ tủi hờn
Đêm trường thao thức mỏi mòn xác thân
Quỳ bên kính mẹ ân cần
Mẹ là thần tượng muôn lần chẳng sai

Trăm ngàn hạnh phúc hôm nay
Xin dâng mẹ đóa hồng này thiên thu.

VuLan, 2013
Hòa-Đàm Nguyễn
USA, Evergreen

NGẬM NGÙI

(Kính tặng Mẹ yêu, gởi về Mẹ khi hải đảo chiều buồn, mắt con mờ lệ nhìn về phía chân trời xa Mẹ con đang đau buồn nhớ con, con yêu Mẹ nhiều lắm)

Mẹ yêu ơi con ra đi lặng lẽ
Không tiễn đưa, cay đắng cuộc hành trình,
Biển vẫn hét vẫn gào la sóng dậy
Hải đảo buồn chưa rạng ánh bình minh

Con đứng đó, không chân trời bến hẹn..
Mất đường về sóng nước, mịt mờ đen
Chân vẫn bước, một mình con rong ruổi
Không lệ buồn đưa tiễn bước chân son

Non nước mờ xa niềm hư ảo,
Quán hẹn bên đường chờ đợi bước xôn xao
Mẹ yêu ơi, chiều cô đơn viễn xứ…
Con mơ màng nhớ Mẹ chốn gian lao...

By: Hòa-Đàm
Pulau Bidong, Malaysia
Hè Xưa 1988

TAY NGÀ DỆT MỘNG

(Happy Birthday to Mom.
We love you so much!)

Tôi ngồi im lặng
Hồn lạc nơi Quê
Trên vùng cỏ nắng
Ngày xưa chợt về

Mắt Mẹ buồn ghê
Chiều rơi vội vã
Chân son chạm đá
Mẹ còn nhẩn nha

Làm viêc lặng thinh
Quên cả thân mình
Tháng ngày ủ dột
Nghe sầu thiêu đốt

Đêm về u hoài
Mơ con ngày mai
Sáng tươi hạnh phúc
Vẹn khúc đường đời

Thời gian rã rời
Tay ngà dệt mộng
Mẹ dìu đàn con
Năm tháng mỏi mòn

Nay trên đất khách
Vẫn ấm vòng tay
Bên con tháng ngày
Sương chiều nhẹ bay

Mừng Mẹ hôm nay
Sinh nhật tình đầy
Bên dòng hạnh phúc
Tay ngà mãi say.

By: Hòa-Đàm
USA, Santa Clara, 5/6/2014

(Hoa tím trong vườn nhà Ba Me)

THỜI GIAN

(Kính tặng Mẹ và Dì Hồng Hạnh)

Tôi không thích thời gian
Vì quá ư tàn nhẫn
Lặng buồn đôi mắt đẹp
Để tình buồn miên man

Tôi không thích thời gian
Héo mòn dung nhan Mẹ
Nếp nhăn buồn chạy ngang
Nắng chiều rơi mênh mang

Tôi không thích thời gian
Nhạt nhòa trên vẻ đẹp
Cho trăng rơi bên thềm
Loang cả bóng trên rèm

Tôi không thích thời gian
Nhưng tôi đây không sợ
Bởi tim tôi mãi có
Hình ảnh Mẹ tuyệt vời
Hoa khôi giữa tim tôi.

Happy Mother's Day!
By:Hòa-Đàm
USA, Evergreen, 5/10/2014

TÔI MƠ VẦNG NHẬT NGUYỆT

(Con kính tặng Ba Mẹ, chú Cảnh và Dì Hạnh)

Tôi cứ mơ, mơ muà Xuân trở lại
Hoa cỏ hờn ru mãi dấu chân xưa
Bàn tay nhỏ, mong bàn tay phiền muộn
Thoáng giận hờn run rẩy cánh mạ non

Quê nhà tôi đang đau lắm bi thương
Tim tan nát lệ đắng tuôn lặng lẽ
Quê Hương ta đắm chìm trong nắng hạ
Người âu sầu nghiêng ngã giữa hoàng hôn

Mắt rưng rưng bờ môi hờn nghiệt ngã
Trong Đông về chim lạc hướng trời xa
Mơ, trong tôi mơ mãi vầng nhật nguyệt
Lung linh về thắp sáng lại Quê Hương

By: Hòa-Đàm
USA, 7/15/2014

HOÀNG HÔN CHÌM TRƯỚC NGÕ

(Kính tặng Ba Mẹ)

Tôi chợt thấy lòng đau đớn lạ
Quê Hương buồn nức nở lệ nhoà xa
Nghe đâu đây côn trùng lên tiếng gọi
Tỉ tê sầu vang vọng khói trời Nam

Chông chênh quá mưa Xuân về thật muộn
Áng mây mờ che cả mộng trời hoa
Này em ơi, đôi mắt buồn thơ dại
Lầm lũi đi trong đêm tối mập mờ

Khóc đi em hoàng hôn chìm trước ngõ
Ánh sáng buồn loang lổ cảnh đời cay
Khóc đi em mảnh đời tàn hoang phế
Kẻ uy quyền chà đạp bóng em xinh

Tôi đứng đây cuối đầu trong câm lặng
Tim nghẹn ngào nhìn nét chữ chưa quen
Nghe đau đớn lời thề sao lỗi hẹn
Mưa lạnh hờn phủ kín cả tương lai

Ôi em ơi, bao năm hờn tủi nhục
Tiếng Quốc buồn hoài vọng giữa chơi vơi
Trời viễn xứ tôi nghe hồn tê tái
Ẩn hiện mờ…hoang dại bóng em xa…

@8:41PM
By: Hòa-Đàm
USA, 2/9/2014
(Hình hoàng hôn trên đồi gần nhà Ba Me)

Ba đi bộ

MONG MANH GIÓ THỔI CHIỀU XỨ QUẢNG

(Kính tặng Ba, con viết bài thơ sau khi con đọc bài thơ "Bài Tình Buồn của chú Minh; Nhà Thơ Phan Nhự Thức và nhớ lại lần cuối gặp chú ở quê nhà)

Đọc thơ chú khiến tim con tắt nghẹn
Lời chú ngaỳ nào như văng vẳng đâu đây
Chú hay gọi": con gái chú này"
....Rồi chỉ phiá trước con đường sáng rạng

Tự do mãi bước chí tang bồng
Trong men say chếnh choáng,
Chú maĩ nói: con ơi chú sẽ ra đi…
cho đến khi chú tìm được ánh sáng tư do….

Nhưng Ôi!…
Mong manh gió thổi chiều Xứ Quảng
Đất lạnh buồn chôn kín một Thi Nhân
Bâng khuâng thương nhớ, đong đầy nhớ
Hoang tàn nghĩa địa bóng Chú đi

Ước mơ lý tưởng một mình
Vùi chôn đáy mộ bóng hình bể dâu
Bây giờ mộ Chú nơi đâu?
Chắc hoa cỏ dại chôn sầu hoang sơ

Lạnh lùng sóng vỗ bơ vơ
Thi Nhân Xứ Quảng ngẩn ngơ lạc đàn
Quê người lạc lõng không gian
Thiên thu sầu hận muôn vàn đắng cay

Đất lạnh ôm mãi tháng ngày
Tuyết rơi phủ kín bủa vây bóng Người
Phận làm con cháu không ngơi
Đọc thơ Người vẫn không vơi hận sầu

Quê Hương xơ xác còn đâu
Lời thơ vụng dại đêm thâu lệ buồn
Tiếng lòng đi giữa mưa tuôn
Nghe sao đau đớn ngâm buồn lời thơ…

Thơ Hòa-Đàm
USA, 8/8/2013

(Hình cỏ còn đọng sương, Hoà- Đàm chụp trong một buổi sáng đi bộ với Ba)

RÉT MÃI CƠN SẦU

(Kính tặng Mẹ yêu những năm xưa khi cô đơn lo đàn con trong lúc Ba trong tù KimSơn
Và tặng những người mẹ một mình đang lo cho con nhỏ trong cuộc đời sương gió)

Ôi đau đớn nghe trời buồn tê tái
Chiều cô đơn đời rét mãi cơn sầu
Đường vắng hoang chẳng biết bước về đâu?
Sương thấm lạnh hai vai hay đời tôi lạnh

Từng tiếng gió ru thổi hồn lá uá
Nén vào tim sao lại khóc dâng trào
Chiều nay sao đôi chân bước lao đao
Mong manh quá nắng vàng rơi khơi nhớ

Môi tê tái trong nụ cười héo hắt
Run tay gầy lau lệ giữa chơi vơi
Đời oan trái xoay vòng vào diệu vợi
Để khối sầu bay mãi giữa đêm thâu

Thành phố hôm nay sao thành xa lạ
Sương giăng buồn che phũ bóng ai xa
Chân cố đi trong nước mắt vỡ oà
Mong cuộc đời ngưng lệ nhoà dáng hoa…

Thơ Hòa-Đàm
USA, Evergreen, 3/25/2015

HOÀNG HÔN VỀ TRƯỚC NGÕ

(Con kính tặng Ba Mẹ, Chú Cảnh, và những Người chiến sĩ VNCH hiện giờ đang ở rất xa Quê Hương nhưng lòng luôn hướng về Quê Hương với cả con tim yêu nước mong đợi và hy vọng vào ngày mai tía sáng về lại trên đất nước Việt Nam)

Ta còn chỉ một chân thôi
Mãi đi trong gió qua đời bể dâu
Tìm em tìm ở nơi đâu?
Ta nghe tim khóc tình sầu đi hoang

Ta lê thân xác mỏi mòn
Bên Quê người sống chẳng còn ưu tư
Ta nghe tâm trạng mịt mù
Nghe sương gió vọng bây chừ về đâu?

Một chân em ơi, nỗi hờn cao thấp
Đường gập gềnh che khuất những ước mơ
Ôm không gian trong sương khói lam mờ
Hoàng hôn về nhớ mắt nhỏ phuơng xa

Này em ơi, nét em buồn hoang dại
Lầm lũi trong lệ đẫm vai gầy
Bên đại dương Quê Hương đầy chướng ngại
Con đường về dang dỡ một đời thôi

30 Tháng Tư ? em ơi có biết?
Lòng ta buồn rên siết một nỗi đau?
Thơ ta đó nay nát cũ nhạt màu
Đông tàn lạnh úa bao ngày nhớ thương

Ta vẫn tin, một ngaỳ mai tươi sáng
Vạn tiếng cười rạng rỡ giữa vành môi
Ta quay về đời thôi hết nổi trôi...
Thấy em thơ dại mắt ngời nắng mai

Này em nhé, cờ rợp bay trước ngõ
Dìu em đi trong ánh sáng tự do
Xin hãy chớ đừng tuyệt vọng em nhé
Ta sẽ sống giữa yên bình dân tộc

Hoàng Hôn Về Trước Ngõ
By: Hòa-Đàm
USA, 4/21/2015

MẸ TÔI MẸ NGƯỜI

Tôi may mắn còn Mẹ
Để hờn để đòi yêu
Còn bạn tôi thì không
Buồn ơi sao thật tội

Tôi hạnh phúc hàng ngày
Đi về có lời hay
Mẹ cười yêu dạy dỗ
Thắm đượm trong vòng tay

Còn Mẹ người trong mây
Ra đi không trở lại
Đi về trong thương nhớ
Thầm gọi Mẹ trong mơ

Mẹ tôi vẫn còn đó
Vẫn dỗi hờn đôi khi
Làm tim tôi thổn thức
Cung kính thương Mẹ hiền.

Thơ Hòa-Đàm
USA, 2014

BA TÔI

(Con kính tặng Ba kính yêu, Nguyễn Liệu)

Sáng sớm sương giăng phũ quanh đồi
Chân Ba vẫn bước liên hồi rất oai
Kiên cường ý chí không phai
Tám ba tuổi đến vẫn hoài sục sôi

Bao cơn mỗ tưởng thế thôi
Người thân khóc lịm đắng môi ngậm ngùi
Diệu kỳ trời đất hết xui
Nay chân Ba quyện gió đồi thảnh thơi.

By: Hòa-Đàm
USA, Evergreen, 3/14/2015

(Hình Ba đang đi bộ)

CHIỀU CUỐI NĂM

(Con kính tặng Ba, sau khi đoc truyện "Chiều cuối năm" của Ba vô cùng xúc động khi thấy một Người tù trở về nhà trong đêm 30 Tết, mới hay nhà mất, vợ con cũng rơi vaò tay nguơi khác....)

Chiều cuối năm sân ga buồn vắng bóng
Một Người về không biết phải đi đâu
Nhìn quanh gió lạnh nặng sầu
Vợ con còn đó, hay đã qua cầu gió xa

Chân buồn nặng bước nhạt nhoà
Hoàng hôn đè nặng bóng òa cô đơn
Người đi cúi mặt ngậm hờn
Đò không bến đợi vật vờn trên sông

Tìm về con hẻm quá đông
Người xưa đâu mất áo hồng ai phơi
Một bà the thé lắm lời
Làm Người quay bước chơi vơi giữa đường

Đêm 30 tê tái lệ tuôn
Bóng Người lầm lũi buông rơi cuộc đời
Sương dày phũ kín mọi nơi
Về đâu người hỡi bên trời quạnh hiu.

By: Hòa-Đàm
USA, Evergreen, 2/18/2015

TUYẾT RƠI VÀO MẮT EM

(Con kính tặng Ba Me)

Con thấy sương mờ quá
Tuyết phũ cả đường đi
Lòng con miên man nghĩ
Quê nhà chẳng xuân gì

Con thấy trong tuyết trắng
Lã chã giữa lưng trời
Trong đôi mắt em nhỏ
Cuối cuộc đời chơi vơi

Tuyết vô tình loang mãi
Đôi mắt em khờ dại
Mơ trời xa hơi ấm
Chân lý về muôn nhà

Con đứng lặng âm thầm
Nhìn tuyết rơi vô vọng
Lòng con chợt băng giá
Quê nhà lắm long đong

2:04am
By: Hòa-Đàm
USA, 2/10/2015

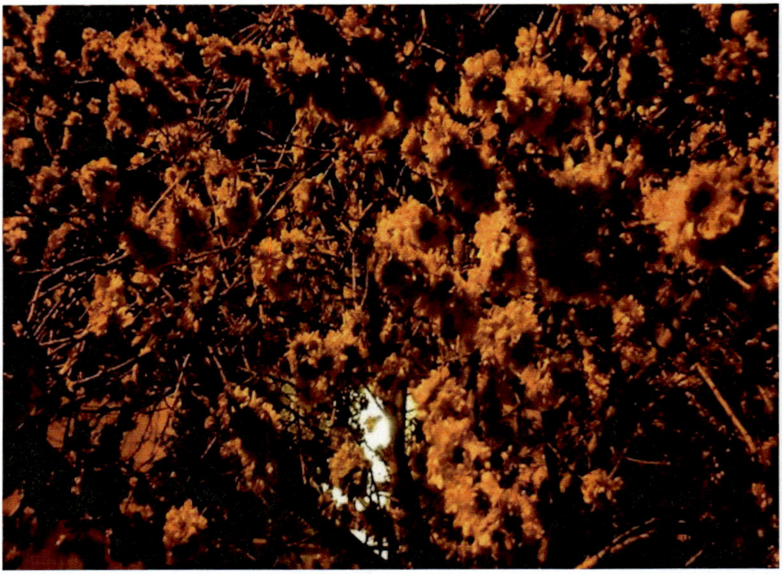

(Hình cây anh đào chụp vào ban đêm trước nhà Ba Mẹ)

BÓNG NHỎ TRONG SƯƠNG MỜ!

(Happy Mother's Day đến những người Mẹ cô đơn)

Chiều mưa buồn nặng bước kẻ cô đơn
Tim không khóc mà sầu cay đắng gọi
Trên bờ môi tê tái giữa mong manh
Ai đứng đó dưới mưa buồn lất phất
Run bờ vai tha thiết giọt đan sầu
Thơ chợt khóc: hồn sẽ về đâu?
Tim thổn thức : sường mờ đêm yêu dấu

By: Hòa-Đàm
USA, 12/23/2014

CẢM ƠN!

(Kính gởi đền Ba Mẹ với cả con tim yêu và tôn thờ)

Con cảm ơn Ba đã khoẻ lại từng ngaỳ
Đồi xưa có dấu chân say Ba về
Hoàng hôn không lạnh tái tê
Sương khuya gió lạ không về trong Ba

Con cảm ơn Mẹ mãi hiền hoà
Yêu con, yêu cháu, dáng hoa thắm tình
Như hình sáng tối bình minh
Bên Ba, bên mãi chung tình Mẹ say

Cảm ơn em, vui lắm tháng ngày
Nụ cười ánh mắt vòng tay đan tình
Cuối tuần bận bịu linh tinh
Thế mà cũng đến bên tình Mẹ yêu

Cảm ơn anh chị những chiều
Mưa rơi trên bến thơ kêu vọng sầu
Gởi lòng trong khói mưa ngâu
Cùng nhau yêu nước bạc đầu chẳng nao

Cảm ơn em bé đẹp sao!
Chăm ngoan học giỏi ngọt ngào yêu thương
Mẹ hiền xuôi ngược vấn vương
Xứ Người vẫn nhớ Quê Hương từng ngày

Cảm ơn Chú Bác đó đây
Luôn lo lắng hỏi Ba nay thế nào?
Nghẹn lời trong tiếng hỏi chào
Con xin cảm tạ thơ trào cảm ơn

Cảm ơn anh đó gởi vòng tay
Chung tình trọn vẹn tháng ngaỳ em mơ
Cảm ơn tất cả vần thơ
Ru trên bến mộng thẫn thờ ngất ngây
Cảm ơn , ...xin mãi cảm ơn....

HAPPY THANKSGIVING!
By: Hòa-Đàm
USA, Egvergreen, 11/27/2014

IM LẶNG

(Tim tôi như muốn ngừng đập khi nhìn thấy Ba tôi mới vừa được vào ICU sau hơn 8 tiếng đồng hồ trong ca phẫu thuật về tim ,ở bệnh viện Stanford,

Tôi đứng đó chôn chân bất động
Căn phòng đầy máy móc giúp tim Ba
Mẹ tôi mắt lệ nhạt nhoà
Hai chân hỏng đất ...vỡ oà nơi đây

Loạn nhìn con số nhảy bay
Tôi nào có hiểu : số này về đâu???
Ngực Ba đang thở phập phồng
Bằng máy hô hấp..cơn dông đau lòng

Lén đưa chụp lấy tấm hình
Tim tôi đau đớn ...ôi nhiều sợi dây
Lồng ngưc Ba, dụng cụ đầy
Ba naò có biết tôi đây....nát lòng.

Tụi nhỏ cứ mãi chờ mong
Cứ đòi update Grandpa thế nào?"
Tấm hình ...sóng lệ tuôn trào
Run run nức nở thì thào nhớ thương

Cali quá nóng đêm trường
Mà sao tôi thấy băng vương lịm buồn
Mong cho nắng toả nhẹ buông
Về đôi mắt Mẹ lệ buồn đi xa....

By: Hòa-Đàm
USA, Stanford Hospital, 5/14/2014

TIẾNG THÉT CON TIM

(Bài thơ buồn khi Ba vừa mổ xong)

Con đau đớn gào la vụn vỡ
Giữa con tim sóng chở ngút ngàn
Tên Người con gọi cổ khan
Sao Ba nằm đó, chẳng màn nghe con...

Ngậm ngùi máu chảy nổi trôi
Ôi đau đớn quá...mây trôi lững lờ
Ôm đầu nức nở bơ vơ
Đây con tim trẻ tôn thờ dâng cha...

By:Hòa-Đàm
USA, Stanford Hospital
5/14/2014

Truyện

QUÁN NƯỚC MÍA BÊN ĐƯỜNG!

Bạn ơi,
xin hãy uống dùm ta ly nước mía bên đường
Cho Ta gợi cả vấn vương về Người.

Nàng lang lang tìm lại kỷ niện ngày xưa. Con đường đất đỏ nay được tráng nhựa lồi lõm... Những chiếc xe mô tô chạy vội qua, rồi quay lại nhìn nàng với đôi chút ngạc nhiên, xa lạ...Nàng thấy mình lẻ loi quá giữa thị trấn nhỏ nhộn nhip này. Kỷ niệm ngày xưa tràng ngập cả tâm hồn ...nhưng nơi đây đã thay đổi tất cả. Nàng buồn quá vì cảnh vật hiện tại đã đẩy kỷ niệm cuả Nàng vào khoảng trống xa vời... Đang mải mê tìm kiếm kỷ niệm, thì một giọng em gái rất trẻ goi tên Nàng:

-- Chị.. có phải là chị HĐ không?
Nàng vui vẻ đứng lại trò chuyện, và cố nhớ cô bé là ai, nhưng không thể nào nhớ ra được.

-- Xin lỗi em nghen, chị không thể nào nhớ...tên em... Nàng trả lời với sự bối rối trong lòng.
-- Chị không nhớ ra Em đâu, vì Em là bạn học của em gái chị", cô bé trả lời với nụ cười duyên dáng.
-- Thì ra là vậy,
Nàng thấy nhẹ nhỏm hơn.

Tâm sự với Em mà lòng nàng buồn vô hạng....bằng tuổi em nàng, mà sao em khổ quá, em không môi son má phấn, không màu mè hình thức như những cô gái khác.. Em đẹp lắm, rất giản dị trong bộ bà ba xanh đã nhạt màu bởi thời gian, với chiếc nón lá rách không đủ che nắng cho khuôn mặt dễ thương kia....

Một nỗi buồn đang len lỏi vào tâm hồn nàng..vì nơi phương trời xa xôi kia, em nàng đang êm ấm trong nhung lụa giàu sang...còn nơi đây, Em phải tần tảo sớm hôm với cái xe nước mía cũ kỹ để nuôi sống cả một gia đình. Ngồi nghe Em kể chuyện, Nàng nghẹn ngào nức nở. Em giỏi lắm, chấp nhận số phận đã an bài...và sống rất tự tin cho con cái...Nhìn Em thật là tội nghiệp, cái nắng gay gắt đã tàn

nhẫn cướp đi làn da trắng mịn của đời con gái nhưng ánh mắt long lanh và nụ cười duyên dáng đã làm vui lòng khách dừng chân.

Giữa trưa nắng thế này uống một ly nước mía là một đều thú vị nhất...nhưng trời ơi, Nàng không thể nào nuốt đươc, cứ như nghèn nghẹn nơi nào...Em thì vui vẻ kể chuyện cuộc đời mình, Nàng thì nức nở nghe em nói. Nhìn cảnh tần tảo của em, bỗng dưng Nàng nhớ Me nàng ngày xưa. Me nàng phải lặn lội trong cô đơn , trong mưa gió của cuộc đời, để nuôi mấy chị em nàng,,,,Nhớ những đêm đón Me ở sân ga vắng người, con tàu đưa khách đi rôi trả khách về, lạnh lùng với tiếng còi inh ỏi vô tư xé cả màn đêm....hai Mẹ con phải dìu nhau về nhà trên con đường trơn trợt, tối mit mùng....Nhiều lắm em ơi...giờ ngồi đây mà nàng nghe chết lặng cả tâm hồn....khóc cho ai đây, cho em hay chính mình.

--Thôi chị đi, nghen em, chị gởi em chút quà nhỏ nghen...

Nàng vội vã ra đi như chạy. Em đứng đó ngẩn ngơ chưa hiểu vì sao...Xin lỗi em nhé, nàng cảm thấy mình bất lực, yếu đuối và xấu hổ, vì

không giúp được gì cho em cả. Ngày mai nàng phải ra đi rồi, nàng trở về nơi mà em cho là "thiên đường" đó...còn em ở lại, ngày lại ngày với xe nước mía cũ kỹ bên lề đường, kiếm gạo nuôi con trong mưa nắng nhọc nhằn.

--Nóng lòng khách đi, mát lòng khách đi
Lời cảm ơn đến cô bán nước mía bên đường, chỉ có cát bụi mờ xa...

By: Hòa-Đàm
USA, California 4/2010

Kính cảm ơn!

Cảm ơn USA. cảm ơn nền Y khoa văn minh của Hoa Kỳ mà Ba đã qua cơn mổ nguy hiểm thành công, và nhờ ý chí kiên cường của Ba mà nay Ba đã bình phục.
Ba rất giỏi: đi bộ và bơi mỗi ngày, tất cả những đứa con Ba thua Ba hết. Con rất hãnh diện là con gái của Ba và của Mẹ. Chúng con rất tự hào đư ợc làm con của Ba Mẹ.
Từng trang đời của Ba là những ngày đáng nhớ đáng phục, xưa bé mỗi lần xe chạy ngang qua, hay dừng lại trước trường Quảng Ngãi Nghĩa Thục là lòng con tự hào muốn nói lớn lên: đó là Trường do Ba tôi xây dựng cho học sinh nghèo, nhưng rồi nước mắt chạy dài khi có người trên xe nói: “ Ngôi trường của Ông Nguyễn Liệu còn đây, mà giờ nay không biết con cái Ông trôi dạt nơi naò? , thật tội nghiệp”. Con luôn tự hào về Ba con.

Đời Mẹ là những ngày buồn đẫm lệ chung tình chung thuỷ với Ba và lo nuôi con khi hai bàn tay trắng, Mẹ là người Mẹ tuyệt vời, là hoa khôi của mọi người, và là hoàng hậu maĩ trong lòng con trẻ tôn thờ. Con vô cùng hanh phúc khi ban bè hay bà con khen: "Mẹ Hoà-Đàm là hoa khôi, là người pphụ nữ tuyệt vời. Đúng vậy, Mẹ Ưng Thị Ảnh của chúng con thật tuyệt vời.
Từng câu truyện ngắn của con như : " Quán nước mía ven đường", " Sân ga buồn đợi Mẹ, hay Miếng gừng cay" đã vẽ hình ảnh Mẹ yêu trên mọi nẻo đường của quê hương, và nay trên Hoa Kỳ vẫn thế, Mẹ vẫn maĩ ru chúng con hàng ngày.

Trong lòng con người đẹp nhất đời là Mẹ Ba con, người thứ hai mà con luôn nhớ và ghi ơn là Dì Hồng Hạnh và chú Cảnh, trong thời gian bấy giờ Dì đẹp giàu sang như những cô công chuá trong truyện nghìn lẻ một đêm mà con mê đọc. Những đêm ở nhà Dì, nhìn Dì đẹp như nữ hoàng dịu dàng tha thiết thương con, làm càng nức nở ghẹn ngào khi nghĩ Mẹ con đẹp như hoa khôi mà bờ môi khô cháy vì nắng đồng, lam lũ tháng ngaỳ trong thân gầy sương gió nuôi đàn con khi Ba đang ở nơi núi rừng xa xôi….con muốn viết thật nhiều nhưng giờ không được nữa…vì nước mắt tuôn trào, con xin lỗi, Con xin hẹn lần sau.

Con cảm ơn Ba Mẹ đã cho chúng con một hành trang bước vaò đời vững chắc, chúng con thành công là nhờ công ơn Ba Mẹ.
Hiện tại các em trai đã tốt nghiệp từ:
Harvard University, và hiện là Bác Sĩ chuyên môn ở Hoa Kỳ, mặc dù rất bận với học hành và công việc hàng ngày nhưng các em cũng tham gia vào hội từ thiện Việt Hope để giúp hoc sinh nghèo ở Việt Nam, nhưng vẫn chưa bằng Quảng Ngãi Nghĩa Thục của Ba và trường mẫu giáo Mẹ xây dựng trên quê nhà.

Nhờ ơn Ba Mẹ mà hiên tại những đứa con gái của Ba Me đều có hai bằng đại học từ UCLA and Cal State University và hiện đang là Software Engineer ở Silicon Valley và Quốc Phòng.

Thay mặc các em, con cảm ơn Ba Me kính yêu rất nhiều và cả đời con.

Con gái con Ba Mẹ,
Nguyễn Hoà-Đàm
Software Engineer
@ Silicon Valley
USA, California

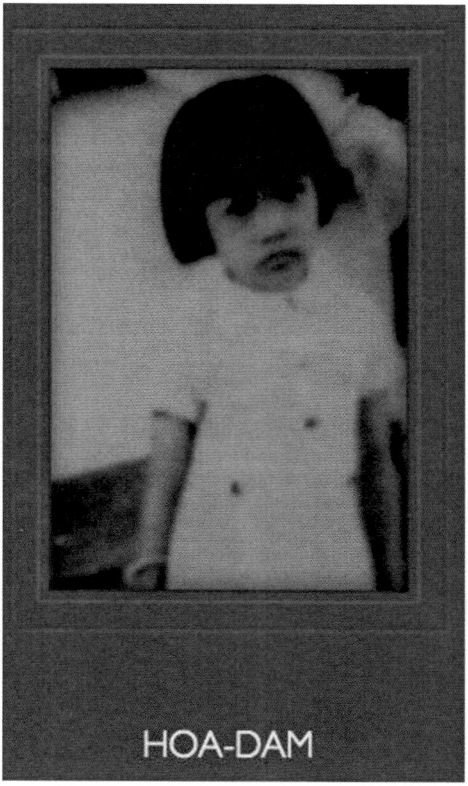

Mẹ Yêu Ưng Thị Ảnh với hoa anh đào trước nhà Ba Me

Hình Ba Me chụp trước nhà tháng 4, 2015

Chú Cảnh và Dì Hồng Hạnh, hình 2015

Con xin cảm ơn Dì và Chú rất nhiều

Hoa trong vườn nhà Ba Me,
Vườn nhà Ba Me có gần 100 loại hoa đẹp

Me đang đi vào Macys, hình tháng 5 2015

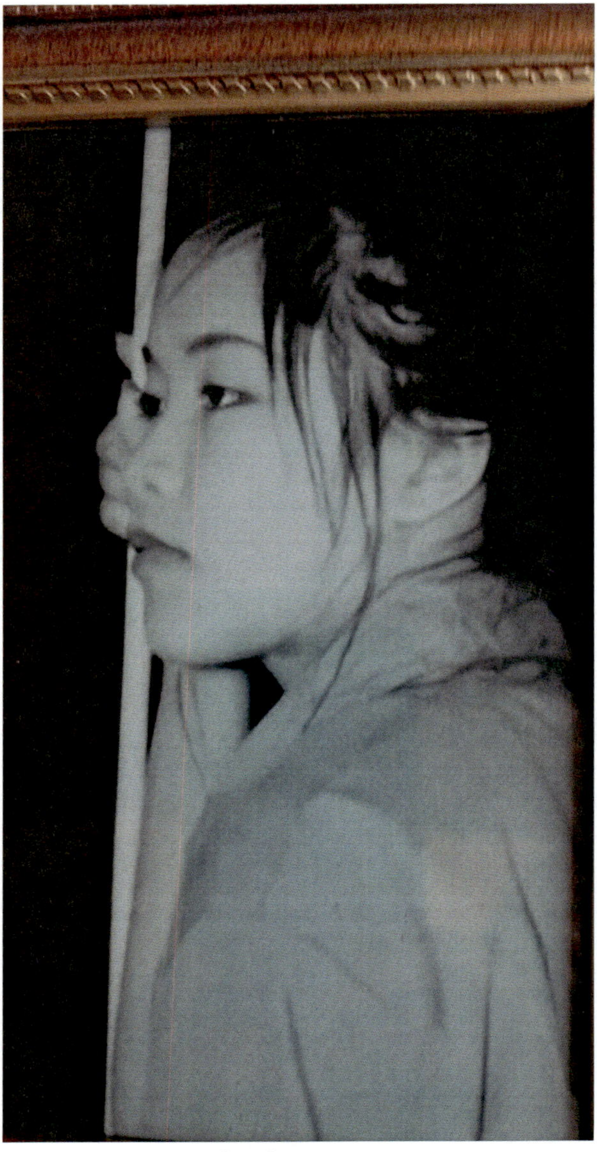

Hình Mẹ xưa

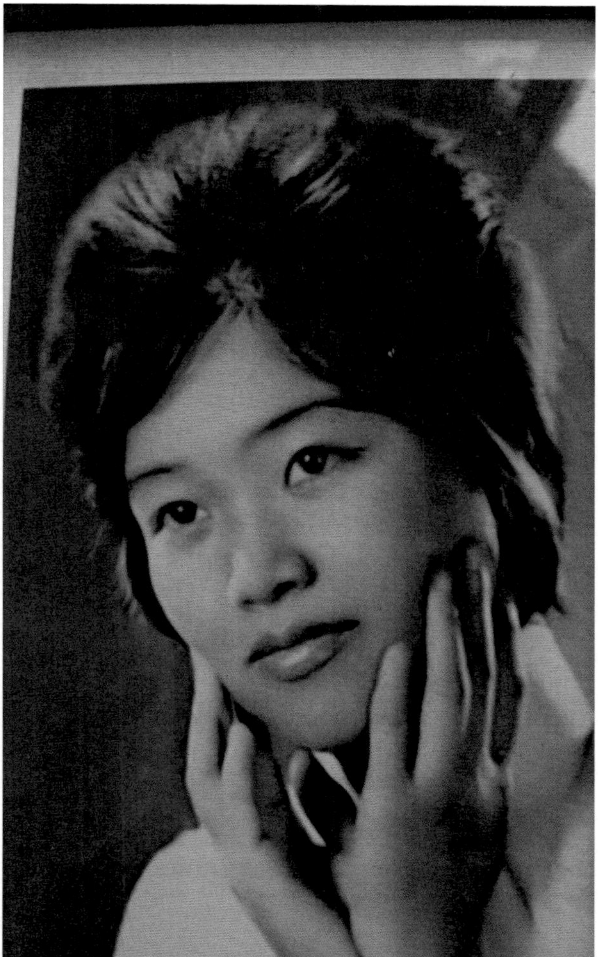

Hình Mẹ trước 1975, hình đẹp quá,

Mẹ yêu và Hoà-Đàm

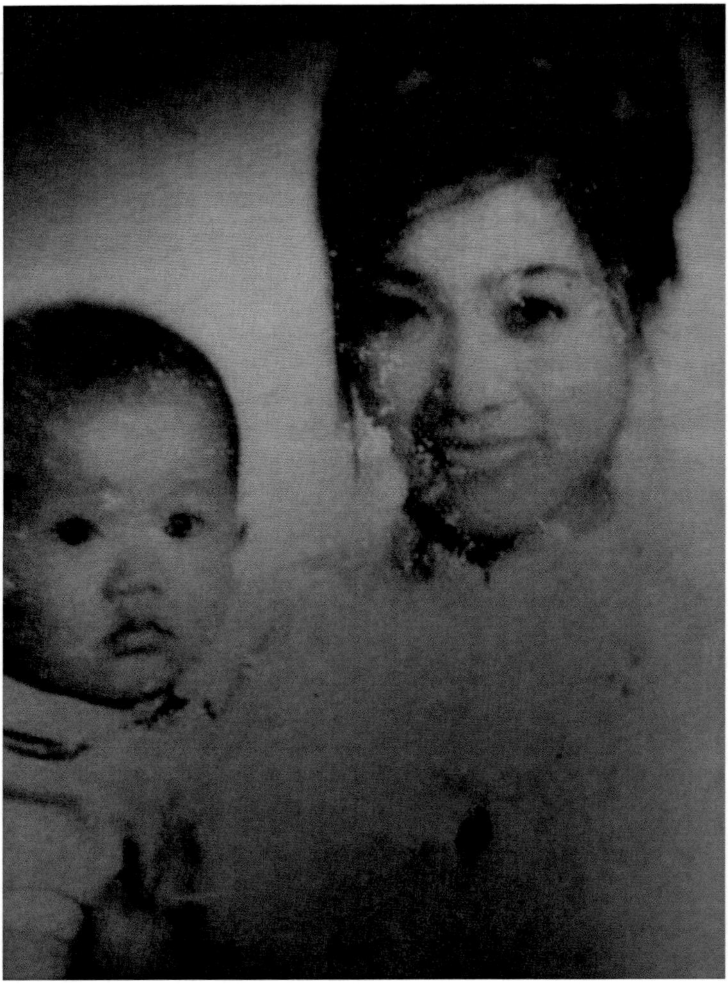

Hòa-Đàm xin chân thành cảm ơn:

- Con kính cảm ơn Ba Mẹ luôn ủng hộ con.
- Cháu kính cảm ơn Dì Hạnh và Chú Cảnh.
- Kính cảm ơn các anh chị em luôn khuyến khích Hòa-Đàm trong thơ Văn.
- Cảm ơn các em,
- Cảm ơn chị Bạch Cúc luôn ủng hộ.
- Kính cảm ơn Nhà Thơ Trần Đình Cầu bên London, UK luôn ủng hộ Hòa-Đàm trong thi thơ.

Kính,
Nguyễn Hòa-Đàm
USA, California May 6th 2015

Hoa trắng tuyệt vời trong vườn nhà Ba Mẹ

MẸ YÊU

Thơ & Truyện: Hoà-Đàm
Trình bày & kỹ thuật: Hoà-Đàm
Hình ảnh: Alicia, Claudia

Hoa vườn nhà Mẹ

Hoa vườn nhà Mẹ

HAPPY MOTHER'S DAY AND HAPPY BIRTHDAY TO MOM!

THƠ HOÀ-ĐÀM

Hè Evergreen 2015, USA

Made in United States
North Haven, CT
05 November 2026

21765281R60042